சிறையில் பூத்த சின்னச் சின்ன மலர்கள்

கலைஞர் மு. கருணாநிதி

Title: Sirayil Pootha Chinna Chinna Malargal

Author: M. Karunanidhi

Language: Tamil

First Published on: 1988

Year of Publication: 2024

Book Format: Paperback

*Page Size: 6inch * 9inch*

Category: Essays

Subject: Short Essays

No. of pages: 24

ISBN: 978-81-988410-2-5

Published by: Nilan Publishers, Madurai, Tamilnadu, India

பொருளடக்கம்

குறிப்புகளுக்காக

சிறையில் பூத்த சின்னச் சின்ன மலர்கள்

முதலாளித்துவத்தின் உடம்புக்குள் உணவாகச் செல்லு கிற தொழிலாளர் வர்க்கம் தேவையான இரத்தத்தை அளித்துவிட்டுக் கழிவுப் பொருளாக வெளியேறுகிறது.

தாயை ஒருவன் கற்பழிக்க முயல்வதைக் கண்டும், காணாதது போல ஒரு மகன் இருப்பானேயானால், அவன் தனது தாய் மொழியைப் பிறமொழி அடிமை கொள்வதையும் பொறுத்துக் கொண்டுதான் இருப்பான்.

உலகைத் திருத்தும் உத்தமன் என்று ஒருவன் தன்னை விளம்பரப்படுத்திக் கொண்டான். அவன் வீட்டு நிலைக்கண்ணாடிக்கு ரசம் பூசப்படவில்லை. காரணம்; அவன் முகம் அதில் தெரிந்துவிடும் என்பதுதான்!

கடலின் அலைகள் கடும் புயலைப் பயன்படுத்திக் கொண்டு வானத்தைத் தொட்டுவிடலாம் என்று உயர்ந்து உயர்ந்து பார்க்கின்றன. தொட முடியாத கோபத்தால், தன்னைத் தாங்கிக் கொண்டிருக்கும் பூமியின் ஒரு பகுதியை அழிக்க முனைகின்றன. அரசியல்வாதிகள் கூடச் சில பேர் அப்படித் தான் தங்களை வளர்த்த இயக்கத்தை அழிக்க முனைகிறார்கள்.

சிறையில் இருந்த ஓர் அரசியல் கைதிக்கு நாவல்கள் படிப்பதிலோ, இலக்கியங்கள் படிப்பதிலோ நாட்டமில்லை. நெப்போலியன், அலெக்சாண்டர், லெனின், நேரு, நேத்தாஜி, கட்டபொம்மன், பகவத் சிங், சிதம்பரனார் போன்றவர்களின் தியாக வாலாறுகளையும்,

வீர வரலாறுகளையும், தவிர வேறு எந்த நூலையும் அவர் கையால் தொடுவதில்லை. இப்படி, அந்த மாவீரர்களின் சரித்திரங்களைப் படித்துக் கொண்டிருந்தவரை, ஒருநாள் காலை சிறைக்கூண்டில் காணவில்லை. எங்கே என்று விசாரித்தபோது மன்னிப்புக் கேட்டுக் கொண்டு வெளியே போய்விட்டார் என்று சிறைக் காவலர் ஒருவர் விடையளித்தார்.

எமன் என்று ஒருவன் இருப்பானேயானால் அவன் கோழை களின் உயிரைப் பறித்தமைக்கு வெட்கப்படுவான். வீரர்களின் உயிருக்கோ மரியாதை அணிவகுப்பு நடத்தி வரவேற்று அழைத்துச் செல்வான்.

மூடியுள்ள தோல் முழுதும் முள் இருப்பதாலேயே ஊமத்தங்காய், பலாக்கனி ஆகிவிடாது. பணமும், பதவியும் இருப்பதாலேயே எல்லாரும் அறிவாளிகளாகிவிடமுடியாது.

பெண்ணின் கண்ணை மீனுக்கு ஒப்பிடுகிறோம். தூண்டிலில் மீன் சிக்கிக் கொள்கிறது. ஆனால் கண், தூண்டிலாக வன்றோ இருக்கிறது?

ஆள் அரவம் கேட்டாலே கடலோரத்து நண்டுகள் மின்னலெனப் பாய்ந்து சிறிய பொந்துகளில் புகுந்து கொள்கின்றன. அரசியல் மேடைப் பிரசங்கிகளில் பல பேர், அடக்குமுறையைக் கேள்விப்பட்டாலே போதும்; அந்த நண்டுகளையும் மிஞ்சுகின்றனர்.

மின்னுதல், இடித்தல், கண்ணீர் விடுதல் விண்ணுக்கு மட்டுமல்ல; பெண்ணுக்கும் வாடிக்கை.

மிருக ஜாதியில் புலி, மானைக் கொல்லுகிறது. மனித ஜாதியில் மான், புலியை வெல்லுகிறது.

உலகில் ஓரிருவர் சரித்திரமாகிறார்கள். ஒரு சிலர் சரித்திரத்தை உருவாக்குகிறார்கள்...பலர் சரித்திரத்தில் இடம் பெறுகிறார்கள். மிகப் பலரோ இவை எதுவுமற்ற தரித்திரங்களாகவே மறைந்து போகிறார்கள்.

மேகங்கள் ஆயிரமாயிரமாகத் தழுவினாலும் அசையாம லிருக்கும் மலையைப் போல் இருக்க வேண்டுமென்றுதான் விசுவாமித்திரன் தவம் செய்யப் போனான். ஆனால் மேனகை யின் தழுவலையே தாங்கிக் கொள்ள முடியவில்லை. பழுத்த தேசீயவாதிகள் சில பேர் பதவி ஆசைப்பட்டும், பணஓசை கேட்டும் மேனகை முன் விசுவாமித்திரர்களாகி விட்ட விசித்திரத்தை விழிநிறை நீரோடு நான் காணுகின்றேன்.

முள்ளம் பன்றிபோலச் சிலிர்த்துக்கொள்கிற மனிதர்கள் சிலரைப் பார்த்திருக்கிறேன். ஆனால் அவர்கள் மனம், மயில் தோகை போல மிருதுவானது என்பதையும் உணர்ந்திருக் கிறேன்.

சந்தனத்தில் கடைந்தெடுத்த சரீரம் எனினும் சர்ப்பத்தின் விஷமன்றோ உடலெங்கும் ஓடிக் கொண்டிருக்கிறது! இப்படியும் சில மனிதர்கள் உண்டல்லவா உலகத்தில்?

வீரன், ஒருமுறை தான் சாவான்; கோழை பலமுறை சாவான் என்பார்கள் - ஒரு திருத்தம்; வீரன் சாவதே இல்லை. கோழை வாழ்வதே இல்லை!

பிறர் இருதயத்தில் ஊசியால் குத்திக்கொண்டிருக்கும் போது குத்துபவனுக்கு இன்பமாகக்கூட இருக்கலாம். ஆனால் காலம், கருவேல முள்ளால் அவன் இருதயத்தைக் கீறும்போது தான் அந்த வலியின் தன்மையை அவன் உணர முடியும்.

பெரியார் - மலைப்பாறை! அந்த மலை குடைந்து செதுக்கப் பட்ட மாமல்லபுரத்துச் சிற்பம் அண்ணா! நாமெல்லாம் அந்தச் சிற்பத்தின் மாதிரி வடிவங்கள்!

தனி மனிதன் என்ற மலரையெடுத்து நூற்றுக் கணக்கில் தொடுத்தால்தான் சமுதாயமெனும் மாலை அமைகிறது. ஒவ்வொரு மலரும் நேர்த்தியாக இருந்தால்தான் மாலையும் நேர்த்தியாக இருக்கும்! மாலைக்கான மலர்களில் ஒன்றிரண்டு உதிர்ந்து விடுவதாலோ, கசங்கி விடுவதாலோ மாலையை அணிவிப்பவரும், அணிந்து கொள்பவரும் வருந்துவதில்லை. சமுதாய முன்னேற்றத்தில் சில தனி மனிதர்கள் நலன் பாதிக்கப்படுகிறதே என்று கவலைப்படாமல் இருந்தால்தான் நான் குறிப்பிடும் நேர்த்தி மிக்க மாலை கிடைக்கும்.

'அனைத்தையும் படைத்தவன் ஆண்டவன் என்கிறான் மனிதன்! இந்த மனிதன் தான் படைத்ததுதான் என்ன?'

"இது தெரியாதா? மனிதனின் படைப்புத்தான் ஆண்டவன்?"

கார்த்திகையில் விளக்கேற்றி எழில் பெருக்குகிறார்கள். தீபாவளியில் வெடிகள் வெடித்து ஆடம்பர ஆரவாரம் செய்கிறார்கள். பொங்கல் விழாவில்தானே உழைப்பின் பெருமையை அறிந்து மகிழ முடிகிறது.

தாயும் தந்தையும் உற்றார் உறவினரும் மகிழ்ந்திடப் பிறந்து, இறக்கும்போது இந்த தாயகமே அழுது புலம்பிடும் நிலை யாருக்கு ஏற்படுகிறதோ, அவர்களே மக்கள் மனத்தில் என்றும் நிலைத்திருப்பர்.

தங்கத்தால் நாக்கு செய்து மாட்டினாலும் நாயின் இயல்பு, குரைக்கத்தான் செய்யும்! அதுமாறாது!

தேனீக்களைப் பார்த்து, பொருளீட்டுவது எப்படியென்று கற்றுக் கொள்கிறான் வணிகன். மலருக்கு மலர் தாவுவது எவ்வாறு எனக் கற்றுக் கொள்கிறான் காமுகன். உரிமை பறிப்போரைச் சூழ்ந்து எதிர்த்துத் தாக்கி விரட்டுவது எப்படி யென்று கற்றுக் கொள்கிறான் இலட்சியவாதி.

சட்டங்களால் மட்டும் சாதி பேதத்தை ஒழித்துவிட முடியாது. மனமாற்றம்தான் அதை அகற்றும் மாமருந்து.

ஒளியில்தான் நமது நிழலின் வடிவம் நமக்குத் தெரிகிறது. சோதனையில்தான் நமது நெஞ்சின் வலிமை நமக்குப்புரிகிறது.

சட்டத்தைப் பயன்படுத்திச் சமுதாயத்தை ஒழுங்கு படுத்துவது என்பது சலவை செய்யப்பட்ட உடைகளுக்கு இஸ்திரிப் பெட்டி போடுவது போல! கொஞ்சம் கை தவறினாலும் சட்டைத் துணி கருகி விடும். சட்டமும் அப்படித்தான்.

சந்தனம் போல் தேய்ந்தால் புகழுண்டு; சாக்கடையாகப் பெருகுவதால் போற்றுதற்கு யாருண்டு?

ஜனநாயகம் ஒரு அரசியல் கோட்பாடு மட்டுமல்ல வாழ்க்கை நெறியுங்கூட என்றார் அண்ணா!"நான்" என்பது "நாம்' என்பதில் கலந்துள்ள ஒரு துளி என்று எண்ணுகிற வரையில்தான் ஜனநாயகம்! 'நான்" என்பது தன்னைக் குறிக்கப் பயன்படுகிற சொல்லாக இல்லாமல் ஆணவத்தின் வெளியீடாக இருந்தால், அங்கே ஜனநாயகம் சவக் கிடங்கில் போடப்பட்டு விட்டதாகத்தான் கருத வேண்டும்.

இரண்டு தூய உள்ளங்களை இணைப்பதுதான் காதல்! உடல்களை இணைப்பது ஒருவகையான வெறி! காதலை முதுமையிலும் சுவைக்க முடியும். காமவெறியின் ஆயுள் உடலின் வலிவோடு முடிந்து விடும்.

ஒரு தனி மனிதன், அளவுக்கு மீறிய அதிகாரங்களைப் படைத்தவனாயிருப்பது எப்படி எதேச்சாதிகாரத்துக்கு வழி வகுக்குமோ. அதே போல அரசியல் சாசனத்தின் மூலமாக ஒரே இடத்தில் அதிகாரங்கள் குவிந்திருப்பதும் எதேச்சாதி காரத்தில் கொண்டு போய் விட்டுவிடும். எனவேதான் இந்தியாவின் மத்திய அரசு, கூட்டாட்சி அமைப்பாகவும்! மாநில அரசுகள் முழுமையான

சுயாட்சி பெற்ற அமைப்புக் களாகவும் இருந்திட வேண்டுமெனக் கூறுகிறோம்.

என்னை வாழ்த்தி, பாராட்டி, புகழ்ந்து ஆதாயம் பெற்ற ஒருவர், வசைபாடி, இகழ்ந்துரைத்து, தாக்கி எழுதி-புதிய இடத்தில் ஆதாயம் பெறுகிறார் என்றால், எப்படியோ நம்மை மையமாக வைத்து வாழ்கிறார் என்று ஆறுதல் அடைவது தான் என் இயல்பு!

அரசியல் காழ்ப்பு உணர்ச்சிகள், தனிப்பட்ட முறையில் தங்களுக்குப் பிடிக்காதவர்களின் அடிச்சுவடே இல்லாமல் அழித்துவிட வேண்டுமென்கிற அளவுக்கு வரம்பு கடப்ப துண்டு. அதற்கு உதாரணமாகத்தான் சோவியத் ரஷ்யாவில் குருஷேவ் செயல்பட்டு, மார்ஷல் ஸ்டாலினின் பெயர்கூட எங்குமிராத வண்ணம் செய்தார். ஆனால் குருஷேவின் முடிவு மிகப் பரிதாபகரமானதாக அமைந்தது என்பதை அவர் வரலாறு கூறுகிறது. சோவியத் தேர்தல் ஒன்றின் போது ஓட்டுப் போடவந்த அவரை அங்குள்ள வாக்காளர் பலர் அடையாளம் கூடத் தெரிந்து கொள்ளவில்லையாம்.

நண்பர்களின் கோழைத்தனத்தை விடப் பகைவர்களின் மூர்க்கத்தனம் ஆயிரம் மடங்குமேல்.

ஒரு மலையைப் பிளந்து கற்களாக்குகிறோம். அவற்றில் ஒரு கல்லில் விக்கிரகம் உருவாக்குகிறோம். மற்ற கற்கள் மண்டபங்கள் ஆகின்றன. கோபுரமாகின் றன. சுற்றுச் சுவர் ஆகின்றன. இத்தனையும் சேர்ந்தால்தான் கோயில். எல்லாக் கற்களும் விக்கிரகங்கள் ஆகிவிட முடியாது. அப்படி ஆகி விட்டால் பிறகு கோயில் இருக்க முடியாது.

விக்கிரமாகி யிருக்கிற கல்லும், தானும் மற்ற கற்களைப்போலத்தான் மலையிலிருந்து வந்தோம் என்பதை மறந்துவிடக் கூடாது. கோயில் இருப்பதால்தான் விக்கிரகத்துக்கு அபிஷேகம், விக்கிரகம் எந்த ஆராதனை எல்லாம்! இல்லையேல் அந்த மரத்தடியோ? அல்லது படித்துறையோ?

ஒரு கட்சி அமைப்பில் தலைமையில் இருப்போர் தெரிந்து கொள்ள வேண்டியதும், புரிந்துகொள்ள வேண்டியதுமான உண்மை இது!

புத்தகத்தில் உலகத்தைப் படிப்பது அறிவை வளர்க்கும். உலகத்தையே புத்தகமாகப் படிப்பது அனுபவத்தை வளர்க்கும்.

உணர்ச்சிப் பசியை அடக்க முடியாத ஒரு விதவைப் பெண், பத்து பேரிடம் ரகசியமாக யாசிப்பதை விடுத்து--வெளிப்படையாகவே ஒருவனை மணந்து வேளாவேளைக்குச் சாப்பிடுவதில் என்ன தவறு இருக்க முடியும்?

கண்ணுக்குள் இருப்பதற்குப் "பாவை" என்றும் "பாப்பா" என்றும் பெயர் வரக் காரணம்?
அந்த இரண்டையும் தனிப்பரிவுடன் பார்ப்பதால் இருக்கலாம்!

மாலையில் வீடு திரும்பிய கணவனைப் பார்த்து மனைவி சொன்னாள்: "அத்தான்-உங்களை எதிர்நோக்கிக் கதிரவன் வரவு பார்க்கும் கமலம் போல் காத்திருந்தேன்."

அதற்கு அவன் சொன்னான்: "கமலம், கதிரவனைக் கடைக்கு அழைப்பதில்லையே!"

அழகான ஓவியமெனில் அதற்கோர் கண்ணாடி, அழுத்தமான சட்டம், பின்புறத்தில் பாதுகாப்பான ஒரு தகடு- அத்தனையும் பொருத்துகிறோம். அதுபோலவே ஒரு இயக்கத்திற்கும் கடமை, கண்ணாடியாகவும்- கட்டுப்பாடு, சட்டமாகவும் கண்ணியம் - தகடாகவும் அமைந்திடல் வேண்டும்.

"ஓயாமல் உழைத்த ஒரு தமிழன் இங்கே ஓய்வெடுத்துக் கொள்கிறான்" என்று என் கல்லறையில் எழுதப்படும் எழுத்துக்களுக்காக நான் தவமிருக்கிறேன்.

தோட்டத்திலிருக்கும் பூக்களை எண்ணிச் சொன்னான் ஒருவன். மற்றொருவனோ வானத்திலிருக்கும் நட்சத்திரங்களை எண்ணிக் கணக்குச் சொன்னான். பூக்களை எண்ணியவன் சொன்ன கணக்கு சரிதானா என்பதை நாமும் எண்ணிப் பார்த்துத் தெரிந்து கொள்ள முடியும். ஆனால், நட்சத்திரங்களை எண்ணும் விஷயத்தில் அது முடிகிற காரியமா? அதற்காக அவன் சொல்வதை ஒத்துக் கொள்வதா? நட்சத்திரங்களை எண்ணிச் சொன்னதைப் போலத்தான் நரகம், சொர்க்கம், என்றெல்லாம் கதைத்துக் கொண்டிருக்கிறார்கள். அதை மட்டும் எப்படி ஒத்துக் கொள்வது?

ஒருவனின் பெருந்தன்மையை இன்னொருவன் கோழைத் தனம் என்று கூறக்கூடாது. தனது கோழைத்தனத்திற்குப் பெருந்தன்மை என்று பெயர் கிடைக்குமென்று நம்பி ஏமாறவும் கூடாது.

காய்கறிகளைத்தான் உண்ண வேண்டும். உயிர்களைக் கொன்று தின்பது தீது என்பது கடவுளின் கருத்தானால்; அந்தக் கடவுள் சிங்கம், புலி போன்ற மிருகங்களுக்காகப்

படைத்துள்ள எவை காய்கறிகள் எவை என்று கேட்கத் தோன்றுகிறதல்லவா?

குரங்கிலிருந்து மனிதன் தோன்றினான் என்பது டார்வின் சித்தாந்தம்! குரங்கிலிருந்து எத்தனையோ வகையில் மாறுபட்டு வாழ்கிற மனிதன், அந்தத்தாவுகிற புத்தியை மட்டும் விட்டு விடவில்லையே!

சிறைக்குச் செல்வது ஒரு பெண்ணின் முதல் இரவு அனுபவத்தைப் போன்றது! சிறையில் வாழ்வது தாயின் கர்ப்பத்திற்குள் இருப்பது போன்றது.

சிறையிலிருந்து 'விடுதலை பெறுவது - ரத்த சேமிப்பு நிலையத்திலுள்ள ரத்தம், காயமடைந்த போர் வீரனின் உடலில் பாய்ந்தோடுவது போன்றது. இத்தனையும் இலட்சியவாதிக்கு!

சுதந்திர வேட்கையும்-மொழிப்பற்றும் ஒன்றையொன்று அறை கூவலுக்கு அழைக்கக்கூடிய உணர்ச்சிகள்.

ஆனால் தமிழகத்தைப் பொருத்த வரையில் இந்திய சுதந்திரப்போராட்ட காலத்தில் காட்டிய உணர்ச்சியைவிட தமிழ் மொழிப் பாதுகாப்புப் போராட்டத்தில் காட்டியுள்ள உணர்ச்சி மிகையானது.

தமிழுக்காகச் சாகிறோம் என்று பள்ளி ஆசிரியர்-மாணவர், விவசாயி-தொழிலாளி எனும் விதத்தில் எட்டுப்பேர் தங்களைத் தீயிலே கருக்கிக்கொண்டு உயிர் விட்டிருக்கிறார்கள். இது உலக வரலாற்றில் மொழிக்காகச் செய்யப்பட்ட மகத்தான தியாகமாகும்.

மரண தண்டனை விதிக்கப்பட்ட ஒரு கைதியைப்பார்த்து ஒருவன் கேட்டான்:

"தண்டனை வழங்கிய நீதிபதி மீது உனக்குக்கோபம் பொங்குகிறதல்லவா?

மரண தண்டனைக் கைதி, பதில் சொன்னான்: "இல்லை! செத்தவன் மீதுதான் எனக்குக் கோபம். மெதுவாகத்தான் தொண்டைக் குழியை அழுத்தினேன். அதற்கே செத்துத் தொலைந்து விட்டானே படுபாவி!'

பாளையங்கோட்டையில் தனிமைச் சிறைவாசத்தின் கொடுமையைக் கோடைச் சூரியனின் நெருப்புக்காற்று அதிகமாக்கிக் கொண்டிருந்தது. உடலெல்லாம் வெந்து கருகியது. மூச்சுவிட முடியவில்லை. அவ்வளவு தகிப்பு. மாலை வந்தது இனிய தென்றலும் வந்தது. பகல் நேரத்துக் கொடுமைகள் அனைத்தும் மறந்து போய்விட்டன. ஒரு நாள் எனைக்காண அண்ணா வந்தார். சிறைக் கொடுமைகள் மட்டுமல்ல; அரசியல் நினைவு அலைகள் கிளப்பிய மனக் குமுறல்களும் மறைந்து போய்விட்டன. எது தென்றல்? எது அண்ணா? என்று தெரியாமல் திகைத்துப்போய் அந்தத் திகைப்பில் ஒரு இன்பங்கண்டேன். மறுநாள் மீண்டும் பகல் வந்தது. "மாலை நேரம் வருமா?' எனக் காத்துக் கிடக்கிறேன்.

ஒவ்வொரு நெல் மணியையும் மூடியிருக்கிற தோல் உழவனின் சதையாலும், உள்ளேயிருக்கிற அரிசி அவனது எலும்பாலும் ஆனது என்பதை உணர்ந்து கொண்டால், அந்த நெல்லை உற்பத்தி செய்ய அவன் வடிக்கிற வியர்வை, விலை மதிப்பற்றது என்பதைப் புரிந்து கொள்ளலாம்.

உயர்ந்த இடத்தில் இருப்பவரின் நாவை நாடகமேடை யாக்கிக்கொண்டு - பொய்மை, வாய்மை, வேடம் போட்டு நடிப்பதை ரசிப்பதற்கும் ஆட்கள் இருக்கிறார்களே !

குற்றமிழைத்தவர்கள் மீது நடவடிக்கை எடுக்கிற ஒரு அரசுக்கும் - தன்னுடைய நடவடிக்கைகளையே குற்றமுடைய தாக்கிக் கொள்கிற ஒரு அரசுக்கும் பெருத்த வேறுபாடு உண்டு.

பொழுது விடிந்து பார்த்தால் படுக்கையறையில் ஊதுவத்தியின் சாம்பலும், மெழுகுவத்தியின் உருகிப்போன உடலும் கிடக்கின்றன. யாருக்கோ, மணமும் ஒளியும் வழங்குவதற்காக அவைகள் தங்களை அழித்துக் கொண்டிருக் கின்றன.

அந்த வத்திகளிடமாவது மனிதன், வாழ்க்கை இலக்கணத்தைக் கற்றுக் கொள்வானா?

வானத்து மேகங்கள்; அடடா! எத்தனை வடிவங்கள் தான் எடுக்கின்றன! இந்த அதிசயச் செயலை நமது அரசியல் வாதிகள் சிலரிடம்தான் அவை பயின்றிருக்க வேண்டும்.

படிப்பது இராமாயணம் - இடிப்பது பெருமாள் கோயில் என்பது பழமொழி ! படிப்பது கட்ட பொம்மன் நூல் பிடிப்பது எட்டப்பனுக்கு வால்; என்பது புதுமொழி !

இந்தத் தனிமைச் சிறைக் கொடுமைக்கு நான் பயந்து விட மாட்டேன், குளவிக் கூட்டின் புழுப்போல.
சூழ்நிலையின் காரணமாகப் பல்லாயிரம் முறை
கொட்டப்பட்டுக் கொட்டப் பட்டுத்
தயாரிக்கப்பட்டவன் நான்.

எவனொருவன் தனக்குக்கிடைக்கும் புகழையும் பெயரையும் கட்சியின் வளர்ச்சிக்குப் பயன் படுத்துகிறானோ; அவனே அந்தக்கட்சியின் பிரதான ரத்தநாளம்!

எவனொருவன் கட்சிக்கு கிடைக்கும் செல்வாக்கினைத் தன் வளர்ச்சியின் ஒவ்வொரு கட்டத்திலும் பயன்படுத்திக் கொள்ளத் திட்டமிட்டுப் பணியாற்றுகிறானோ; அவன் அக்கட்சியில் வளரும் புற்றுநோய்!

இரண்டு தாய்களின் வயிற்றில் கருத்தரித்துப் பிறக்கக் கூடிய குழந்தை இசை! ஆம், இன்பத்திலும் இசை பிறக்கிறது - துன்பத்திலும் இசை பிறக்கிறது!

ஒரு மீன் துண்டத்தையோ அல்லது கறித்துண்டையோ காட்டி, பூனையை எங்கு வேண்டுமானாலும் இழுத்துப் போக முடிகிறது. பதவியையோ, பணத்தையோ காட்டி அரசியல் பூனைகளை மட்டுமல்ல; சில அரசியல்

புலிகளையே எங்கு வேண்டுமானாலும் இழுத்துச் செல்லலாம் என்றநிலை ஏற்பட்டு விட்டது.

மனிதனுடைய புத்தி நாயின் வாலைப்போல் நிமிர்க்க முடியாமலும் இருக்கக் கூடாது: அதன் நாக்கைப்போல எச்சில் சொட்டத் தொங்கிக் கொண்டும் இருக்கக்கூடாது.

தண்ணீர் மிக உயரத்தில் இருந்து விழுகிறது. இயந்திரங்கள் சுழல்கின்றன. மின்சக்தி கிடைக்கிறது. ஊரெல்லாம் ஒளி மயமாகிறது. மின் கம்பி உராய்ந்து வீடுகள் தீப்பிடிக்கின்றன.

தண்ணீரை ஊற்றி அவற்றை அணைத்திடுகிறார்கள். தன்னால் ஏற்படும் நல்விளைவுக்குப் பாராட்டை ஏற்றுக் கொள்வதைப் போலவே அந்தத் தண்ணீர், தீய விளைவுக்கும் பொறுப்பேற்றுக் கொண்டு பரிகாரம் காணுகிறது. அந்த நீரின் குணத்தை மனிதனும் பெற்றால்தானே சிறப்பு !

எந்த ஒரு கட்சியும் "என்னால் கட்சிக்கும் என்ன பலன்" என்று கேட்டுக்கொண்டு பணியாற்றுகிறவர்களின் தொகை குறையாமலிருக்கிறவரையில் வலிவோடுதான் இருக்கும்.

“கட்சியினால் எனக்கு என்ன பலன்" என்று கணக்குப் போடுகிறவர்கள் பெருகப் பெருகக் கட்சியும் அனல் பட்ட மெழுகென உருகிப் போய்விடும்.

அறிவு எங்கே அஸ்தமானமாகிறது?
முட்டாள்தனமென்னும் மேற்குத் திசையில்!

"கடமையைச் செய்துவிட்டுக் கருணையை எதிர்பார்க்கும் தொழிலாளி"- என்கிற நிலைமை மாறி உரிமையைப் பெறுகிறான் என்ற நிலை உருவாக வேண்டுமானால் தனியார் ஆதிக்கம் தொழில் துறையில் அறவே களையப்பட்டுத் திறமை மிக்க பொதுத்துறை மயமாக அனைத்துப் பெருந் தொழிலும் ஆகித் தீர வேண்டும்.

கலப்பைகள் நிலத்தைக் கீறுகின்றன. நேர்த்தியான உணவு கிடைக்கிறது. கடுமையான அடக்கு முறைகள் நெஞ்சைக் கீறுகின்றன. நிலைகுலையாத உறுதி கிடைக்க வேண்டும் என்பதற்காக!

பசுவுக்குத் தீனி வைத்தது நான்தான்; குளிப்பாட்டியது நான்தான்; பால் பாத்திரத்தை அடுப்பிலே வைத்ததும் நான்தான். என்ன செய்வது?

பால் அடுப்பிலேயிருக்கும்போது கொஞ்சம் பராக்குப் பார்த்துவிட்டேன்; அத்தனையும் பொங்கி வழிந்துவிட்டது என்று சொன்னால், அவனை யாரும் பாராட்டிக் கொண்டிருக்க மாட்டார்கள்.

புகைவண்டி ஓடலாம் என்பதற்குப் பச்சை விளக்குப் போடுகிறார்கள். ஆனால், சட்டசபையில் உறுப்பினர்கள் பேசலாம் என்பதற்குச் சிவப்பு விளக்குப் போடுகிறார்கள். என்ன காரணம்?

அளந்து- நிதானமாக-எச்சரிக்கையாக- பொறுப்புடன் பேசவேண்டும் என்பதற்காகத்தான் சிவப்பு விளக்கு எரிவதாக நான் கருதுகிறேன்.

ஜனநாயகம் வீட்டுவிளக்கு! சர்வாதிகாரம் காட்டுத் தீ!

வரவேற்காமல் வரக்கூடியது நோய். தடுத்தாலும் கேளாமல் தழுவக் கூடியது சாவு. இவற்றுக்கு மத்தியிலே மனத்தூய்மையுடனும் உறுதியுடனும் மனிதன் ஆற்றுகின்ற செயல்கள் தான் நிலைத்து வாழக் கூடியவை! பிறர் நினைத்து வாழக் கூடியவை! மாற்றாரும் மதித்து வாழக் கூடியவை!

பிரசவத்தின் போது ஏற்பட்ட வேதனைகளின் காரண மாக, ஒரு பெண், தன் கணவனையே பிறகு ஏறெடுத்தும் பார்க்காமல் இருந்து விடுவதில்லை.

அதைப் போலத்தான் இலட்சியவாதிகளும் அடக்கு முறையின் கொடுமையில் சிக்குண்டு வெளிப்பட்ட பிறகும் தங்கள் இலட்சியத்தையே நாடிச் செல்லுகிறார்கள்.

பாளைச் சிறையில் என்னைக் காணவந்த அண்ணா, முதல் செய்தியாக உன் மருமகன் மாறனும் நேற்றிரவு கைது செய்யப்பட்டு விட்டான் என்று கூறினார். கூறிவிட்டு ஒரு பெருமூச்சு விட்டார். அந்தப் பெருமூச்சு என் குடும்பத்திற்குக் கிடைத்த புகழ் வாழ்த்து அல்லவோ? 'முரசொலி'யில் ஏதோ தவறாக எழுதிவிட்டதாக என் மீதும், மாறன் மீதும் மற்றொரு வழக்காம், நியாய வாதங்களுக்குத் "தவறு" என ஒரு புதுப்பொருள்

உண்டென்றால் அந்தத் தவறை என் தலைமுறை தலைமுறையாக எல்லாரும் செய்து கீர்த்திக் கொடி நாட்டட்டும்!

ஒரு நாட்டின் முதுகெலும்பு போன்றது தொழிலாளி வர்க்கம் என்பது சரிதானா! தவறு! முக்காலும் தவறு! ஒரு நாட்டுக்கு உச்சி முதல் உள்ளங்கால் வரையில் உள்ள உடல் அமைப்பின் கூறுகளைப் போன்றவைதான் தொழிலாளி வர்க்கப் பகுதிகள். மார்பில் முளைத்துள்ள ரோமம் போன்றது முதலாளி வர்க்கம்; தேவையற்றது!

என்னதான் அன்போடு பூனையை வளர்த்தாலும் அது நம்மைக் கண்டதும் வாயைப் பிளந்து தீனிக்காகச் சுற்றிச் சுற்றிக் கத்துகிறது. ஆனால் நாயோ, வாலைக்குழைத்து மகிழ்ச்சியை வெளிப்படுத்துகிறது. மனித ஜாதியிலும் இந்தப் பூனைகளையும் நாய்களையும் காண முடிகிறது.

மார்க்சிம் கார்க்கி எழுதிய "தாய்" எனும் நூலை மூன்றாவது முறையாகப் படித்தேன். அதில் வரும் வாலிபன் பாவேவுடன் அந்தத் தாய் எந்த அளவுக்கு உணர்ச்சிகளில் பங்குகொண்டு, அந்த மகனின் பொது வாழ்வுப் பணிகண்டு பூரிக்கிறாள் என்பதை எண்ணி எண்ணி மகிழ்ந்தேன். அந்தத் தாய் போலத் தானே என் தாயும் இருந்தார்கள் என நினைத்தேன். அழுது விட்டேன்.

துன்பத்தைப் போன்ற ஒரு நல்ல நண்பன் இருக்கவே முடியாது. அதுதான் "உண்மையான நண்பர்கள் யார்" என்று நமக்கு அடையாளம் காட்டுகிறது.

தாய்மொழி-தாய்நாடு-இரண்டில் சிறந்தது எது?

இரண்டும் தனித்தனித் தாய்கள் அல்ல! ஒரே தாய்தான்! மொழி உணர்ச்சி-சுதந்திர உணர்ச்சி இரண்டும் ஒரு குழந்தைக்குப் பால் தருவதற்கு அதன் தாய்க்கு இரு தனங்கள் இருப்பதுபோல்!

"ஒரு மனிதன் எத்தனை ஆண்டு வாழ்கிறான்?"
"அவன் இறந்துபோன நாளில் இருந்து கணக்கிட்டுப் பார்த்துத் தெரிந்துகொள்ள வேண்டியது."

மனிதனுக்கு இறக்கைகள் இருந்து பறக்கத் தெரிந் திருந்தால்...?
அதிலும் கழுகுகள் இருக்கும்; புறாக்கள் இருக்கும் !

அதிகார வர்க்கம், முள் நிறைந்த ரோஜாவாக இருக்க லாம்; ஆனால், அது முள்ளம்பன்றியாக சிலிர்த்துக் காட்டக்

கூடாது.

நேதாஜி உயிரோடு இருக்கிறார் என்று ஒரு சாராரும்; இல்லை; இறந்துவிட்டார் என்று பிறரும் வெகு நாட்களாகக் கூறி வருகிறார்கள். இன்னும் பல நூற்றாண்டுகளுக்குப் பிறகு கூட நேதாஜி வாழ்ந்து கொண்டுதான் இருப்பார்.

இலட்சியவாதிகளுக்குச் சாவு ஏது?

தளதள வென்றிருக்கிற வேப்ப மரத்தில் ஒரு குச்சியை ஒடித்துப் பல்துலக்கினால், அந்தக் குச்சி, தன் கசப்பைக் காட்டிக் கொள்கிறது

தமிழ் மொழியின் எதிர்காலம் திட்டமிட்டு ஒடிக்கப் படுகிறது. தமிழர்கள் மனக் கசப்பைக் காட்டிக் கொள்ளக்கூட உரிமையில்லையாம்!

வேம்பினும் தாழ்ந்தவனா தமிழன்?

வளைந்து நெளிகின்ற தன்மை நாக்கிற்கு உண்டு. எதிரி களுக்கு நேரே அதனை வளைய விடாமல் நிமிர்த்தி இயக்குகிற சக்தி வீரனது உள்ளத்திற்கு உண்டு.

பாதரசம் நிரம்பிய பாத்திரத்தில் இரும்புத் துண்டுகூட மிதக்குமே தவிர கீழே அமிழாது என்பார்கள்! தீயவர் நெஞ்சங்களில் என்னதான் வலிந்து நற்கருத்தை நுழைத்தாலும் புகாது.

மிருதுவான பாதங்களுடைய பூனைக்குத்தான் சொர சொரப்பான நாக்கும் கூர்மையான பல்லும், நகமும் இருக் கின்றன.

மென்மையாகப் பேசி, மென்மையாக வாழ்ந்து காட்டு கிறவர்களும் அப்படித்தான் தீய குணங்களை மறைத்து வைத்துக் கொண்டு உலவுகிறார்கள்.

"அய்யோ நான் உயர வேண்டிய அளவுக்கு உயர வில்லையே" என்று ஏங்குகிறவன் யாராயிருப்பினும் அந்த ஏக்கப் பெரு மூச்சிலிருந்து விடுபடத் தனது பழைய

நிலையைத் திரும்பிப் பார்த்துக் கொண்டால் ஒருவகை திருப்திக்கு வந்து சேருவான்.

இலட்சியவாதி என்று கூறிக் கொள்பவன் தனக்குத் தானே ஒரு கேள்விக்குப் பதில் சொல்லிக் கொள்ளவேண்டும்! அவன் ஏற்றுக் கொண்ட கொள்கைக்கு அவன் விசுவாசமாக இருக்கிறானா?- இதுதான் அந்தக் கேள்வி.

★★★

Printed at Repro India Ltd.